जगावेगळा
तेनालीराम

मंजूषा आमडेकर

हे पुस्तक
माझं आहे.

....

....

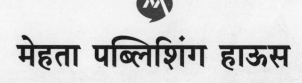

मेहता पब्लिशिंग हाऊस

जगावेगळा तेनालीराम

मंजूषा आमडेकर,

१९ रेश्मा रेसिडन्सी, लोकमान्य कॉलनी,
कोथरूड, पुणे - ४११ ०२९. दूरध्वनी : ९४२३००२२८१

- © मेहता पब्लिशिंग हाऊस, पुणे.

- प्रकाशक
  सुनील अनिल मेहता
  मेहता पब्लिशिंग हाऊस, १९४१, सदाशिव पेठ,
  माडीवाले कॉलनी, पुणे ३०. ☎ ०२०-२४४७६९२४
  E-mail : info@mehtapublishinghouse.com
  Website : www.mehtapublishinghouse.com
  (वेबसाइटवर मुलांची पुस्तके पाहण्यासाठी
  Search- By Category-Balkumar)

- मुद्रक : व्योमा ग्राफिक्स, हिंजवडी, पुणे-२७.

- प्रथमावृत्ती : मार्च २००८

- मुखपृष्ठ व आतील चित्रे : घनश्याम देशमुख

- किंमत : तीस रुपये

- ISBN 978-81-7766-942-8

अ
नु
क्र
म

थापा

एकदा खोटं बोलणं, थापा मारणं यांवर गप्पा चालल्या होत्या. तेनालीराम म्हणाला, ''महाराज, लोकांना थापा मारायला खूप आवडतात. त्यात त्यांना गंमत वाटते.''

राजाला ते मुळीच पटलं नाही. तो म्हणाला, ''छे, तुझं बोलणं आम्हाला अजिबात पटलं नाही. उगीचच कोण कशाला थापा मारेल, गंमत म्हणून? वेळप्रसंगी नाईलाजाने माणूस खोटं बोलत असेल.''

मग असं ठरलं की तेनालीरामने आपलं म्हणणं खरं करून दाखवावं. त्यानेही ते मान्य केलं.

त्याकाळी राजे-महाराजे विरंगुळा म्हणून शिकार करायला जायचे. शिकाऱ्यांकडून शिकारीच्या थरारक हकीकती ऐकण्यातही त्यांना खूपच रस वाटायचा.

राजाला शिकारीची खूप आवड होती. त्याचं असं मत होतं की शिकार करण्यामुळे लोकांची तब्येत उत्तम राहून ते चपळही राहतात. मंत्रीमंडळाला शिकारीवर जाण्यासाठी राजाकडून नेहमीच प्रोत्साहन मिळत असे.

एकदा राजाने आपल्या अष्टप्रधान मंडळाला शिकारीला पाठवायचं ठरवलं.

त्याने सांगितलं, ''आल्यावर प्रत्येकाने आपापल्या शिकारीच्या हकीकती आम्हाला ऐकवाव्यात. ज्याची हकीकत विलक्षण असेल त्याला घसघशीत बक्षीस मिळेल.''

ठरल्याप्रमाणे ही मंडळी शिकारीला जाऊन आली. राजाने दरबारात एकेकाला आपली हकीकत सांगायला सांगितलं.

पहिला मंत्री सांगायला लागला, ''महाराज, मी जो निघालो तो तडक दाट जंगलात जाऊनच थांबलो. दिवसभर वणवण फिरलो. पण एकही प्राणी दिसेना. माझी खूप इच्छा होती की एखादा सिंह मारून त्याचं कातडं तुम्हाला अर्पण करावं. मागे एकदा तुम्ही बोलता बोलता, 'सिंहाचं कातडं हवंय' असं म्हणाला होतात, असं म्हणून त्याने राजाकडे पाहिलं. राजा खूष झालेला दिसला.

मग त्याने उत्साहाने पुढे सांगायला सुरुवात केली. ''एका बोरीच्या झाडावरची बोरं काढून खाणार तेवढ्यात मला जोरदार डरकाळी ऐकू आली. बघतो तर काय! एक भयंकर सिंह चाल करून माझ्याच दिशेने येत होता.''

''मी न घाबरता चटकन् एक दगड घेऊन सिंहाच्या तोंडात कोंबून त्याला ढकललं. त्याच्या जबड्यात दगड अडकल्यामुळे कासावीस होऊन तो इकडे तिकडे मान झटकत पळायला लागला. मी जरा पुढे झालो तर तो चक्क उड्या मारत पळून गेला. हाती काहीच लागलं नाही पण माझा जीव मात्र वाचला महाराज.''

राजा म्हणाला, ''वाहव्वा! शाब्बास! कमाल केलीत!''

मग राजाने दुसऱ्या मंत्र्याला त्याची हकीकत सांगायला सांगितली.

तो बोलायला लागला, ''महाराज, मी तुंगभद्रेच्या काठाकाठाने जाऊन जंगलात पोहोचलो. माझा असा अंदाज होता की तहानलेली जनावरं नदीवर पाणी प्यायला येतील आणि मला अलगद सावज मिळेल. पण कुठलं काय! मला एकही प्राणी दिसला नाही. मग उन्हात भटकून मीही कंटाळलो. विचार केला, जरा नदीत डुंबावं. गार पाण्यात बरं वाटेल.'' त्याने थांबून सर्वांकडे पाहिलं.

राजा म्हणाला, ''मग, पुढे काय झालं?''

तो म्हणाला, ''पाण्यात जरा पुढे खोलवर गेल्यावर मला माझा पाय कुणीतरी खेचत असल्यासारखं वाटायला लागलं. मी जोरात उसळी मारून वळलो तर अंगाखाली काहीतरी खडबडीत असल्यासारखं वाटलं. डोळे ताणून बघतो तर काय? एका भल्या मोठ्या सुसरीवर मी बसलो होतो.''

तो जरा थबकला.

दरबारी त्याच्याकडे अविश्वासानं बघत होते. एकजण म्हणाला, ''खरंच असं घडलं?''

तो म्हणाला, ''होय महाराज, हे अगदी खरं आहे. मग तशाच अवस्थेत मी तिच्या पाठीवर बसून नदी पार करून काठावर आलो.''

मग राजाने तिसऱ्या मंत्र्याला आज्ञा केली.

तो म्हणाला, ''महाराज, जंगल खूपच गरम,तापलेलं होतं. मी एका चंदनाच्या झाडाखाली विश्रांती घ्यायला थांबलो. तिथल्या गारव्याने मला जरा डुलकी लागली.''

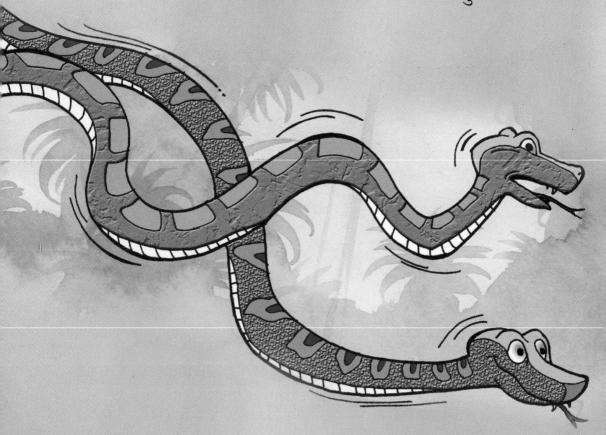

''थोड्या वेळाने मला 'हिस् ऽऽ स्' असा आवाज आला. पाहतो तर काय? दोन प्रचंड अजगर माझ्या दिशेने येत होते. त्यांना बघून तर माझी भीतीने गाळणच उडाली. पण मला एकदम तुमची आठवण झाली. कसंबसं धैर्य एकवटून मी त्या दोघांच्या शेपट्या धरल्या.''

"शेपट्यांची करकचून गाठ मारून टाकली. त्यामुळे त्या दोघांना जागेवरून हलतासुद्धा येईना. मग मी तिथून कसाबसा सटकलो. त्या अजगरांच्या नुसत्या आठवणीनंसुद्धा माझा अजून थरकाप उडतोय.''

राजा म्हणाला, ''व्वा! तुम्ही सगळ्यांनी फारच कमाल केलीत. तुमचं शौर्य बघून मला सगळ्यांचा अभिमान वाटतोय.''

मग राजाने पुढच्या मंत्र्याला खूण केली.

त्याने लगेच सरसावून सुरुवात केली, ''महाराज, अहो माझी हकीकत फारच विलक्षण आहे. जंगलात एका अजस्त्र रानडुकरानं माझा पाठलाग सुरू केला. मी जिवाच्या आकांतानं पळत सुटलो. जवळजवळ आठ मैल त्याने मला पळवलं. मग मी एका डोंगरकड्यावर चढायला सुरुवात केली.''

''मी वर टोकावर जाऊन पोहोचलो. आता पुढे जायला जागाच नव्हती. मागे डुक्कर आणि पुढे दरीत मृत्यू. काय करावं ते मला सुचेना. तेवढ्यात माझ्या डोक्यावर फडफड आवाज झाला. वर बघितलं तर एक गरूड दिसला मला. मी लगेच चपळाई करून त्याचा पाय धरला.

गरूड माझ्यासह उडाला. महाराज, उडताना इतकी मजा वाटली की बस! मग थोड्या वेळाने एक गवताळ जागा दिसली मला. मी गरूडाचा पाय अलगद सोडून दिला आणि गवतावर कोसळलो. अहाहा! काय अनुभव होता तो! कधी एकदा इथे येऊन तुम्हाला सांगतोय असं झालं होतं मला.''

हे ऐकून राजा कौतुकाने सगळ्यांकडे पाहत म्हणाला, ''शाब्बास! मला तुमच्यासारखे शूर लढवय्येच हवे होते. तेनालीराम, तुझी हकीकत ऐकायला आम्ही उत्सुक आहोत.''

तेनालीराम उठून म्हणाला, "महाराज, मीसुद्धा इतरांसारखाच जंगलात गेलो. वाटेत मला एक महाकाय हत्ती दिसला. तो कळपातून चुकलेला होता. तो तसा शांत दिसत होता. त्यामुळे मला जरा धीर आला. थोड्या अंतरावरून त्याच्या कळपातल्या हत्तींचं ओरडणं ऐकायला येत होतं. मी खूप प्रयत्न करूनही तो हत्ती हलायला तयार नव्हता.''

"मग मी काय केलं, सरळ त्याची शेपूट धरून त्याला उचललं. गोल गोल फिरवलं, कळपाच्या दिशेने भिरकावून दिलं. पण महाराज, अहो तो हत्ती वर वर उंच आकाशातच गेला. मी तर थक्क होऊन बघतच बसलो.''

सगळ्यांना वाटलं की तेनालीराम गंमतच करतोय. ते खदा खदा हसत सुटले.

राजा मात्र रागावला. संतापाने कडाडून तेनालीरामला म्हणाला, "धडधडीत खोटं बोलायला काहीच वाटत नाही तुला?"

तेनालीराम भोळेपणाने म्हणाला, "पण महाराज, बाकीच्या मंत्र्यांनीसुद्धा अशाच भाकडकथा सांगितल्या की! त्यांनी सांगितलेल्या सर्व अशक्य गोष्टींवर तुम्ही विश्वास ठेवलात. मग मलाच का रागावता?"

त्यावर सर्व मंत्र्यांनी माना खाली घातल्या.

राजाही शांतपणे म्हणाला, "तेनालीराम, खरं आहे तुझं म्हणणं. ते थापा मारताहेत हे कळत असूनही मी गप्पा ऐकत राहिलो. हे योग्य नाही. बरं झालं, तू माझ्या लक्षात आणून दिलंस."

तेनालीराम म्हणाला, "महाराज, मी मागे बोललो होतो ते पटलं ना तुम्हाला? थापा मारण्यात लोकांना गंमत वाटते की नाही?"

राजाने हसून मान्य केलंच. शिवाय तेनालीरामला सुवर्णमुद्रांनी भरलेली एक थैली बक्षीस दिली.

राजाचे औदार्य

एके दिवशी राजा तेनालीरामला बोलावून म्हणाला, ''तेनाली, आज माझ्या मनात दान देण्याची इच्छा आहे. चल, आपण एखाद्या थैलीत पैसे, सोनं-नाणं सगळं भरून राज्याचा फेरफटका मारूया. गरजू गरीब लोक दिसले की त्यांना मदत देऊया.''

तेनालीराम म्हणाला, ''महाराज, ही कल्पना म्हणजे आपलं मन किती मोठं आहे याची साक्ष आहे. मी गरजू लोकांची आधी पाहणी करतो. आपल्या राज्यात कुणाची आबाळ होत नसल्यामुळे बहुतेक जण खाऊन पिऊन सुखी आहेत. त्यातून काही आळशी, चुकार माणसं गरीब असतीलच तर त्यांची मी यादी करतो. मग आपण आपली इच्छा पूर्ण करून घ्या.''

पण राजाला काही ते पटलं नाही. तो म्हणाला, ''नाही नाही. मला आजच दान द्यायचंय. चल निघू.''

तेनालीराम काय बोलणार? निघाला, राजाच्या मागे मागे. राजा थैली पाठीवर घेत घोड्याला टाच मारत म्हणाला, ''जरा लक्ष देऊन बघ रे काही पडलं तर!''

दौडत दौडत दोघं निघाले. वाटेत थैली जड झाल्यामुळे फाटली आणि त्यातून थोडं थोडं सोनं-नाणी बाहेर पडायला लागली. तेनालीने ते पाहिलं. पण तो गप्प बसला.

पुष्कळ अंतर गेल्यावर एक तळं दिसलं. राजा थकला होता. घामाच्या धारा लागल्या होत्या. राजा म्हणाला, "जरा विश्रांती घेऊया."

मग दोघं घोड्यावरून उतरले. पाणी प्यायले. तेनालीराम म्हणाला, "वा! बरं वाटलं तहान भागल्यावर. महाराज वाटेत मधे काही भागांत पाणीच नव्हतं. कसे रहात असतील नाही तिथले लोक? आपण हे पैसे वापरून विहीरी खोदून दिल्या तर? कायमची सोय होईल पाण्याची."

राजा म्हणाला, "छे छे! मला आजच स्वतः फिरून गरिबांना दान द्यायचंय." तेनालीराम गप्प बसला.

"मी जरा तळ्यात पोहून येतो. तू माझ्या कपड्यांवर लक्ष ठेव." असं म्हणून राजाने कपडे काढून तेनालीच्या हातात दिले आणि पाण्यात सूर मारला.

पोहता पोहता तो म्हणाला, ''हरे रामा, हरे कृष्णा.'' आता त्यांच्या भाषेत 'हरे' म्हणजे फाड. तेनालीरामच्या संपूर्ण नावात रामही आहे आणि कृष्णही आहे. त्यामुळे त्याला वाटले की राजा आपल्याला काहीतरी फाडायला सांगतोय. त्याने इकडे तिकडे पाहिलं. त्याला कळेना काय फाडावं ते. मग त्याचं लक्ष हातातल्या कपड्यांकडे गेलं. त्याला वाटलं राजा हेच फाडायला सांगतोय. म्हणून त्याने राजाचे कपडे फाडून टाकले.

थोड्या वेळाने राजाने बाहेर येऊन कपडे मागितल्यावर तो स्वतःचे काढून द्यायला लागला.

राजा आश्चर्याने म्हणाला, ''तुझे का देतो आहेस? माझे कपडे कुठे आहेत?''

तेनालीराम म्हणाला, ''मी ते फाडून टाकले. तुम्हीच म्हणालात ना 'हरे राम हरे कृष्णा' म्हणून फाडले. कारण मी तुमचा आज्ञाधारक सेवक आहे ना? तुमची आज्ञा

पाळणार. हेच बघा ना. मगाशी तुमची थैली फाटून त्यातून सोनं-नाणं सांडलं तरी बोललो का मी काही? तुम्ही फक्त लक्ष देऊन बघायला सांगितलं होतं. त्याप्रमाणे मी लक्षपूर्वक पाहिलं. तुमची संपत्ती तुम्ही कशी खर्च करावी हे कुठे मी सांगितलं?''

राजाने कपाळावर हात मारून घेतला. दान देत फिरायचा बेत त्याने रद्द केला. फाटलेल्या थैलीला नीट बांधलं. तेनालीचे कपडे अंगात घातले आणि काही न बोलता परत फिरला.

मनात त्याने ठरवलं की इथून पुढे एकतर आज्ञा देताना काळजीपूर्वक द्यायच्या. दुसरी गोष्ट आपली संपत्ती अशी रस्त्यावरच्या लोकांना वाटत फिरायच्या ऐवजी लोककल्याणाच्या कामांसाठीच खर्च करायची. राजाचा औदार्याचा ताप कधीच उतरला.

मोकळी हवा

एकदा राजाची मन:स्थिती ठीक नव्हती. मन उदास, अस्वस्थ होतं. काही चांगलं करायला जावं तर त्यातून काही तरी वाईटच निष्पन्न व्हायचं. राजा अगदी वैतागून गेला होता.

मग त्याने राजज्योतिषाला बोलावलं. राजा म्हणाला, ''आमची कुंडली बघून जरा ग्रहदशा सांगा बरं. हे असं का होतंय तेच कळत नाही.''

ज्योतिषी पत्रिका बघायला लागले. त्यात तर काही वाईट ग्रह दिसत नव्हते. त्यांनी मात्र या संधीचा फायदा घ्यायचं ठरवलं. त्यांचाही तेनालीरामवर राग होताच. आज उट्टं काढायची आयती संधी चालून आली होती.

ते म्हणाले, ''अरे बापरे! महाराज आपल्या कुंडलीतला शनी फारच बिघडलाय. आपण आपल्या कामात ज्या एका माणसाचा वारंवार सल्ला घेता तो माणूस म्हणजे मूर्तिमंत शनीच आहे. त्याला दूर करा. त्याच्यामुळेच हा त्रास होतोय.''

ज्योतिषीबुवांचा रोख कुणाकडे आहे ते राजाच्या लक्षात आलं. एरवी त्याने मानले नसतं. पण त्याची सध्याची मन:स्थितीच ठीक नव्हती. त्याने विचार केला की आपल्या हातून चुका होऊन प्रजेचं काही नुकसान होऊ नये.

मग त्या दिवसापासून तो तेनालीरामला टाळायला लागला.

तेनालीराम हुशारच होता! त्याला सगळं लक्षात आलं, पण तो शांत राहिला.

काही दिवस गेले. एके दिवशी एक साधुबुवा दरबारात आले. राजाने त्यांचं स्वागत करून आदरातिथ्य केलं. मग स्वत:चा त्रास त्यांना सांगून काहीतरी उपाय सुचवायला सांगितला.

साधुबुवांनी इकडे-तिकडे पाहिलं. मग म्हणाले, ''राजा, तुला कसलाच त्रास नाही. तुझे ग्रहही उत्तम आहेत. फक्त इथे मोकळं वातावरण नाही. सगळं कोंदट आहे. मोकळी हवा आत येऊ दे. तुझं कल्याण होईल.''

राजा आश्चर्याने म्हणाला, ''इथे इतक्या खिडक्या-दारं आहेत. प्रसन्न हवा, प्रकाश आहे. उद्यानातून फुलांचे सुगंध येतायत. तरीही तुम्ही असं का म्हणता?''

साधुबाबा काहीच न बोलता निघून गेले.

सगळ्या दरबाऱ्यांना राजाने त्यांच्या बोलण्याचा अर्थ विचारला, पण दरबाऱ्यांना तो साधू चक्क वेडा वाटला.

राजाने दुसऱ्या दिवशी न राहवून खास निरोप पाठवून तेनालीरामला बोलावून घेतलं. त्याला साधुबाबांच्या बोलण्याचा अर्थ विचारला.

तो म्हणाला, "महाराज, आपण माझा सल्ला माना किंवा नका मानू. मला असं वाटतं की साधुबाबांना असं सुचवायचं आहे की शनीसुद्धा भलं करत असतो. बिघडला तर गुरूसुद्धा नुकसान करतो. खऱ्या कर्तृत्ववान माणसाने ग्रहांची चिंता करू नये. कारण आकाशातले ग्रह आपलं काही वाईट करत नसतात. पण मनुष्यरूपी राहू केतू मात्र नक्की नुकसान करू शकतात."

राजा जे समजायचं ते समजला. दुसऱ्या दिवसापासून नेहमीसारखा तेनालीरामचा सल्ला घ्यायला लागला.

प्रधानजींची मेहेरनजर

राजा तेनालीरामला देत असलेले महत्त्व न आवडणारी अनेक मंडळी त्याच्यावर सतत जळत असायची. एकदा या सर्वांनी एकत्र येऊन तेनालीरामचा काटा काढायची योजना आखली. त्याची कुणकुण तेनालीरामला लागल्यावर तो अस्वस्थ झाला, पण शांत बसला. नक्की काय घडणार आहे ते मात्र कळलं नव्हतं.

राजाने नुकतंच प्रधानजींना राज्याचा दौरा करायला पाठवून दिलं होतं. ते दौऱ्यावरून परत आले. दरबारात सगळे हालहवाल ऐकायला जमले होते.

राजाने विचारलं, ''प्रधानजी, आपल्या राज्यात छान व्यवस्था आहे ना सगळीकडे? प्रजा आनंदात आहे ना? कुणाला काही त्रास तर नाही?''

प्रधानजी म्हणाले, ''महाराज, आपल्या राज्यात सगळीकडे सुख-शांती नांदते आहे. सगळी प्रजा आनंदाने आपल्या आठवणी काढत असते. आपले राजसेवक प्रजेच्या अडचणी सोडवण्यात मुळीच कुचराई करत नाहीत.''

हे ऐकून सर्वांनाच खूप बरं वाटलं. मग राजा म्हणाला, ''चला, काळजी मिटली. आता विशेष बघण्यासारखं काय काय आढळलं ते सांगा.''

प्रधानजी म्हणाले, ''महाराज, आपल्या दक्षिणेकडे डोंगरावरती जागृत देवस्थान आहे. देवीचं मंदिर आहे. मंदिरही खूप प्राचीन आणि सुंदर आहे. महाराज, आपण स्वत: देवीचं दर्शन जरूर घ्यावं असा माझा आग्रह आहे. मी तशी व्यवस्था करूनच आलो आहे.''

राजाने लगेच मान्यता दिली. दुसऱ्याच दिवशी राजा सर्व लवाजम्यासह देवीच्या दर्शनाला निघाला. दौडत दौडत सगळे डोंगरापर्यंत येऊन पोहोचले. पण तोपर्यंत संध्याकाळ होत आली होती. मंदिर अजून दूरच होते.

प्रधानजी म्हणाले, ''महाराज आपण इथेच विश्रांती घ्या. आम्ही पुढे जाऊन रस्ता बघून येतो.''

मग प्रधानजी, राजगुरू, पुरोहित आणि तेनालीराम रस्ता बघायला निघाले. तेनालीरामला सोडून बाकीचे तिघे मुद्दामच रेंगाळत मागे चालले होते. तेनाली पुढे चालत होता.

चालता चालता त्या खडकाळ भागात एके ठिकाणी हिरवंगार गवत टाकलेलं दिसलं. ते बघून तेनालीला शंका आली. त्याच्या हातात काठी होती. ती काठी त्याने गवतात खुपसून बघितली. त्याची शंका बरोबर ठरली.

''थांबा थांबा,'' म्हणत तो धावत राजाकडे जाऊन म्हणाला, ''महाराज, पुढे काहीतरी संशयास्पद वाटतंय. लवकर बघायला चला.''

मग राजाला घेऊन तेनालीराम पुन्हा त्या गवताजवळ आला.

''महाराज, हे बघा या एवढ्या खडकाळ भागात इतकं हिरवंगार गवत कुठून आलं? आणि हे बघा...! असं म्हणून त्याने काठी गवतात आत खुपसून दाखवली. तर ती पूर्ण काठी आत गेली.

राजापण चक्रावला, ''हा काय बुवा प्रकार?''

तेवढ्यात मंदिरातला पुजारी महाराजांना शोधत तिथे आला. राजाने विचारलं, ''पुजारीजी, मंदिराकडे जाणारा रस्ता कुठे आहे?

पुजारी म्हणाला, ''इकडे बाजूच्या खडकातून जातो रस्ता.''

राजा म्हणाला, ''हे गवत इथे कुठून आलं?''

पुजारी म्हणाला, ''अहो इथे तर मोठा खड्डा आहे. पण सकाळी प्रधानजींनीच इथे येऊन त्यावर गवत टाकायला सांगितलं.''

राजाने प्रधानजींना विचारलं, ''तुम्हाला जर इथे खड्डा आहे हे माहीत होतं तर तुम्ही तेनालीला या रस्त्याने का आणलं?''

तेनालीराम म्हणाला, ''महाराज, प्रधानजींची फारच मेहेरनजर आहे माझ्यावर. देवीच्या दर्शनाला मी थेट स्वर्गातच जावं, देवी मला प्रत्यक्षच भेटावी असा सद्हेतू होता त्यांचा. होय ना प्रधानजी?''

प्रधानजींनी काही न बोलता मान खाली घातली. राजा खूप रागावला होता. मात्र देवीच्या दारात तरी शांत राहायचं त्याने ठरवलं. प्रधानजी, पुरोहित आणि राजगुरू तिघांनाच राजाने परत पाठवून दिलं.

राजा-राणी आणि तेनालीराम इतरांसोबत देवीच्या दर्शनाला सुखरूप गेले. दर्शन घेऊन प्रसन्न मनाने परतले. आल्यावर राजाने त्या तिघांना योग्य ती शिक्षा केली. तेनालीरामचं मनापासून कौतुक केलं.

बाबापूरची रामलीला

वि जयनगरमधे दरवर्षी दसऱ्याला 'रामलीला' व्हायचीच. काशीहून नाटक मंडळी यायची आणि रामलीला सादर करायची. तसा पायंडाच पडून गेला होता.

पण एक वर्ष काशीहून निरोप आला की नाटकमंडळीतले बरेचसे नट कुठल्याशा साथीच्या आजारामुळे आजारी पडलेत. त्यामुळे यावर्षी ते रामलीला सादर करू शकणार नाहीत.

राजाला आणि सर्वांनाच फार वाईट वाटलं. राजगुरू म्हणाले, "महाराज, रामपूरच्या कलाकारांना निरोप पाठवायचा का?"

राजा म्हणाला, "तशी हरकत नव्हती काही. पण आता इतका वेळ नाही. यात कितीतरी आठवडे जातील."

तेनालीराम म्हणाला, ''महाराज, मला शेजारच्या गावातली एक नाटकमंडळी माहीत आहे. ती दोन दिवसांत हजर होईल. त्यांना बोलवू या का?''

राजाने परवानगी दिली.

दोन दिवसांनी दसऱ्याच्या दिवशी सर्व मंडळी एकत्र जमली. याही वर्षी लोकांना रामलीला बघायला मिळाली. पण सगळे कलाकार मात्र होती लहान मुलं. त्यांची गोंडस रूपं बघून राजासह सगळे प्रजाजन हरखून गेले. रामलीला संपल्यावर टाळ्यांचा कडकडाट झाला.

राजाने सर्व कलाकारांना जवळ बोलावून कौतुक केलं. त्यांना लठ्ठ बिदागी दिली आणि विचारलं, ''तुमची ही मंडळी आहे कुठली?''

मुलं म्हणाली, ''आमची ही बाबापूरची रामलीला आहे महाराज.''

राजा बुचकळ्यात पडला. ''बाबापूर? ते कुठं आलं? कधी नाव नाही ऐकलं.''

मुलं हसायला लागली आणि तेनालीरामकडे पाहू लागली. तेनालीराम पण हसत पुढे येत म्हणाला, ''महाराज, ही मुलं आपल्याच नगरातली आहेत.''

राजा चकितच झाला. ''पण मग हे बाबापूरचं गौडबंगाल काय आहे?''

मुलं सांगायला लागली, ''महाराज, या तेनालीबाबांनी दोन दिवसांत आमचं नाटक बसवून घेतलं. म्हणून आम्ही बाबांची रामलीला म्हणायला लागलो. त्यामुळे बाबापूरची रामलीला नाव पडलं.''

राजा आनंदित होऊन म्हणाला, ''अरे वा! आपल्या गावातच जर इतके गुणी कलाकार असतील तर बाहेरून नाटकमंडळी मागवायची गरजच नाही. तेनालीराम, अरे तुला येत नाही असं काही आहे का?''

त्यावर सगळीच जणं खळखळून हसली.

ब्राह्मण आणि गोमाता

राजा कृष्णदेवराय आदर्श राजा होता. कुशल प्रशासक होता. कोणतंही काम नीटनेटकं, उत्तम आणि काटेकोरपणे पार पाडण्याकडे त्याचा कटाक्ष असायचा. त्यामुळे त्याच्या मंत्रीमंडळालाही तीच शिस्त लागली होती. दिवसभर कामकाजाच्या वेळात सगळीजण मन लावून आपापली कामं करण्यात व्यग्र असायची, पण मधल्या सुटीत राजा जरा निवांतपणे दरबारात बसायचा तेव्हा मात्र खेळीमेळीचं वातावरण असायचं.

दरबारात हास्यविनोद चालायचे. साहित्य आणि कलेवरती चर्चा व्हायच्या. अशावेळी राजा विद्वानांपुढे एखादा प्रश्न मांडून त्यांच्या बुद्धीची परीक्षा घ्यायचा.

असंच एकदा राजा सभेला उद्देशून म्हणाला, ''आपल्याकडे चार वर्ण मानलेले आहेत. वैश्य, क्षत्रिय, शूद्र आणि हे तिन्ही वर्ण ज्यांना पूज्य मानतात ते ब्राह्मण कुणाला पूज्य मानतात?''

यावर सगळ्या ब्राह्मणांनी एकमुखाने उत्तर दिलं, ''गोमातेला.''

राजाने तेनालीरामला विचारलं, ''तुझं काय मत आहे?''

तो म्हणाला, ‘‘हेच महाराज. मी या मताशी सहमत आहे. केवळ माणसंच नाही तर देवसुद्धा गोमातेला पूज्य मानतात.’’

राजा म्हणाला, ‘‘जर गोमाता इतकी पूजनीय आहे तर मग तिच्या कातड्यांचे जोडे ब्राह्मण पायात घालून का फिरतात?’’

आता मात्र सगळे निरूत्तर झाले. एकमेकांकडे पहायला लागले. प्रश्न फारच कठीण होता. मग राजाने या प्रश्नाचं उत्तर देऊ शकणाऱ्याला इनाम जाहीर केलं.

काही वेळाने तेनालीराम उठून म्हणाला, ‘‘महाराज, जो खराखुरा ब्राह्मण असतो त्याचे पायही पवित्र असतात. ते जेव्हा गायीच्या कातड्याचे जोडे घालतात तेव्हा त्यामागचा त्यांचा हेतू असा असतो की गाईला भोगयोनीतून मुक्ती मिळावी. कारण मनुष्य सोडून इतर सर्व योनी या भोगयोनी मानलेल्या आहेत.’’

हे उत्तर ऐकून राजाचे समाधान झाले. त्याने कबूल केल्याप्रमाणे तेनालीरामला बक्षीस तर दिलेच, पण इतर सर्वांनीही तेनालीरामची मुक्तकंठाने प्रशंसा केली.

पोपटाची भक्ती

राजाने एक पोपट पाळला होता. राजा-राणीने त्या पोपटाला 'राम राम', 'हरे कृष्ण', 'राधेश्याम' यासारखे शब्द म्हणायला शिकवलं होतं. तो पोपटही ते सांगतील तसं बोलायचा.

राजाने एकदा तेनालीरामला बोलावून अभिमानानं सांगितलं, "पाहिलंस तेनाली, कसा देवभक्त आहे आमचा पोपट. सतत नामस्मरण करत असतो."

मग राजा-राणी अखंड त्याचंच कौतुक करत बसले. दुसऱ्या विषयाचं नाव नाही.

थोड्या वेळाने तेनालीराम कंटाळला. राजाला म्हणाला, "हे जरा जास्तच होतंय. पोपट कसला आलाय भक्त?"

राजा रागाने म्हणाला, ''असं? मग या भक्त पोपटाचं नामस्मरण बंद करून दाखव बरं!''

''आपली आज्ञा असेल तर उद्याच दाखवतो.'' तेनालीराम लगेच म्हणाला.

''बरं बरं, बघू या.'' राजा घुश्शात म्हणाला.

दुसऱ्या दिवशी तेनालीराम एक मांजर घेऊन पोपटाजवळ आला. त्याने मांजर पोपटाजवळ बांधून ठेवलं. पण अशा बेतानं की ते पोपटापर्यंत पोहोचू नये पण त्याला सतत दिसत राहावं. मांजर पोपटाला बघून गुरगुरायला लागलं.

त्याबरोबर पोपट घाबरून घशातून विचित्र आवाज काढायला लागला. पिंजऱ्यातल्या पिंजऱ्यात मागे मागे सरकून पंख फडफडवायला लागला. पिंजऱ्यावर चोच आपटायला लागला.

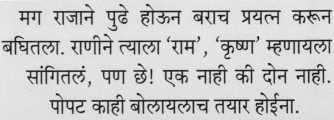

तेनालीराम म्हणाला, ''महाराज, पाहिलीत आपल्या भक्तराजाची अवस्था. आता सांगा पाहू त्याला नामस्मरण करायला.''

मग राजाने पुढे होऊन बराच प्रयत्न करून बघितला. राणीने त्याला 'राम', 'कृष्ण' म्हणायला सांगितलं, पण छे! एक नाही की दोन नाही. पोपट काही बोलायलाच तयार होईना.

शेवटी राजाने हार मान्य केली. तेनालीरामच्या सुचवण्यावरून पोपटाला पिंजरा उघडून बाहेर मोकळ्या हवेत सोडून दिलं.